AF220396

Impressum
Verlag: BABADADA GmbH, Nedderfeld 112 , 22529 Hamburg
Geschäftsführer / Verlagsleitung: Harald Hof
Druck: Books on Demand GmbH, In de Tarpen 42, 22848 Norderstedt

Imprint
Publisher: BABADADA GmbH, Nedderfeld 112 , 22529 Hamburg, Germany
Managing Director / Publishing direction: Harald Hof
Print: Books on Demand GmbH, In de Tarpen 42, 22848 Norderstedt

shule

escuela

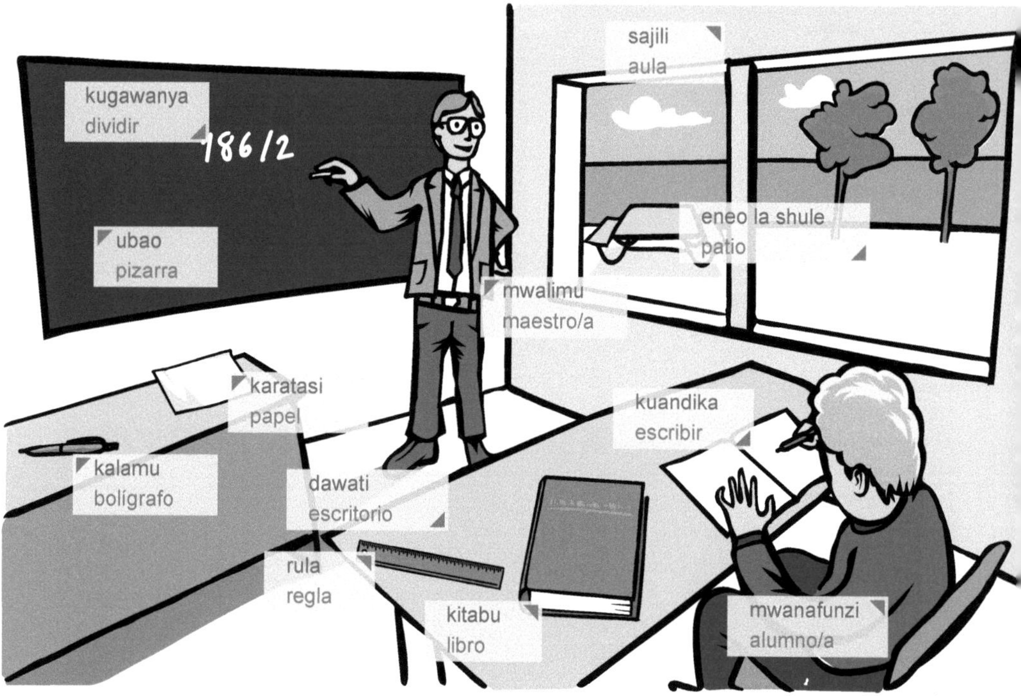
sajili
aula
kugawanya
dividir
186/2
eneo la shule
patio
ubao
pizarra
mwalimu
maestro/a
karatasi
papel
kuandika
escribir
kalamu
bolígrafo
dawati
escritorio
rula
regla
kitabu
libro
mwanafunzi
alumno/a

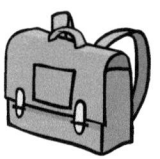

mkoba

cartera

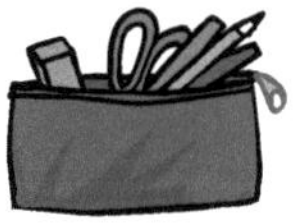

kikasha cha penseli

caja de lápices

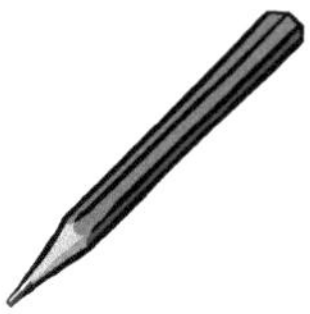

penseli

lápiz

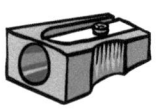

kichonga penseli

sacapuntas

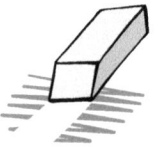

mpira

goma de borrar

pedi ya kuchora

cuaderno de dibujo

uchoraji

dibujo

brashi ya rangi

pincel

sanduku la rangi

caja de pinturas

mkasi

tijeras

gundi

pegamento

daftari

cuaderno de ejercicios

kazi ya nyumbani

deberes

nambari

número

jumlisha

sumar

ondoa

restar

zidisha

multiplicar

kokotoa

calcular

barua

letra

alfabeti

alfabeto

neno

palabra

maandishi

texto

kusoma

leer

chaki

tiza

somo

lección

sajili

cuaderno de notas

uchunguzi

examen

cheti

certificado

sare za shule

uniforme escolar

elimu

educación

elezo

enciclopedia

chuo kikuu

universidad

darubini

microscopio

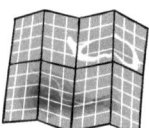

ramani

mapa

kikapu cha kuweka karatasi chafu

papelera

usafiri
viaje

hoteli
hotel
Grand
hosteli
albergue
ROOMS
ofisi ya ubadilishanaji
oficina de cambio de divisas
sanduku
maleta
gari
coche

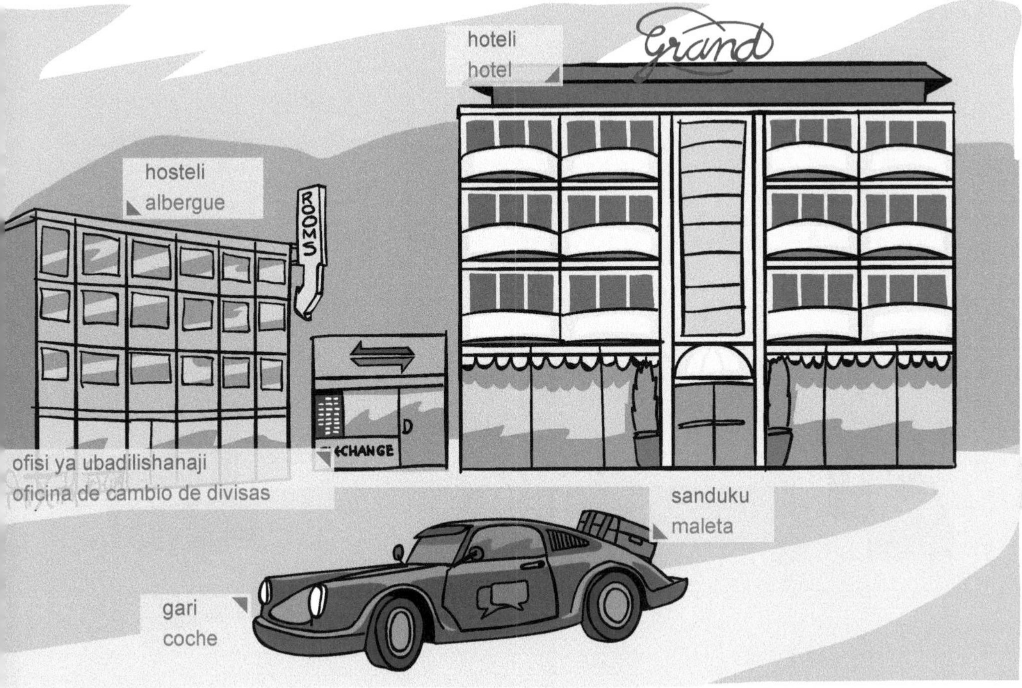

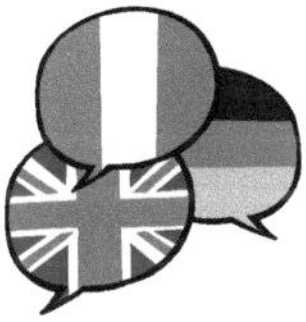

lugha

idioma

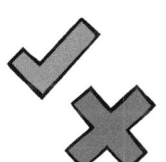

ndiyo / la

sí / no

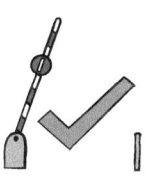

sawa

Vale

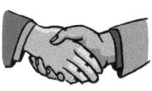

hujambo

hola

mtafsiri

traductor

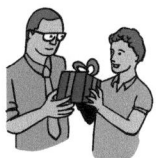

Asante

Gracias

kiasi gani ni ...?

¿cuánto es…?

Sielewi

No entiendo

tatizo

problema

Jioni njema!

¡Buenas tardes!

Habari za asubuhi!

¡Buenos días!

Usiku mwema!

¡Buenas noches!

kwa heri

adiós

mwelekeo

dirección

mizigo

equipaje

mfuko

bolsa

shanta

mochila

mgeni

invitado

chumba

habitación

begi la kulalia

saco de dormir

hema

tienda de campaña

taarifa ya utalii

información turística

ufuo

playa

kadi

tarjeta de crédito

kifunguakinywa

desayuno

chakula cha mchana

almuerzo

chakula cha jioni

cena

tiketi

billete

kuinua

ascensor

muhuri

sello

mpaka

frontera

mila

aduana

ubalozi

embajada

visa

visa

pasipoti

pasaporte

usafiri
transporte

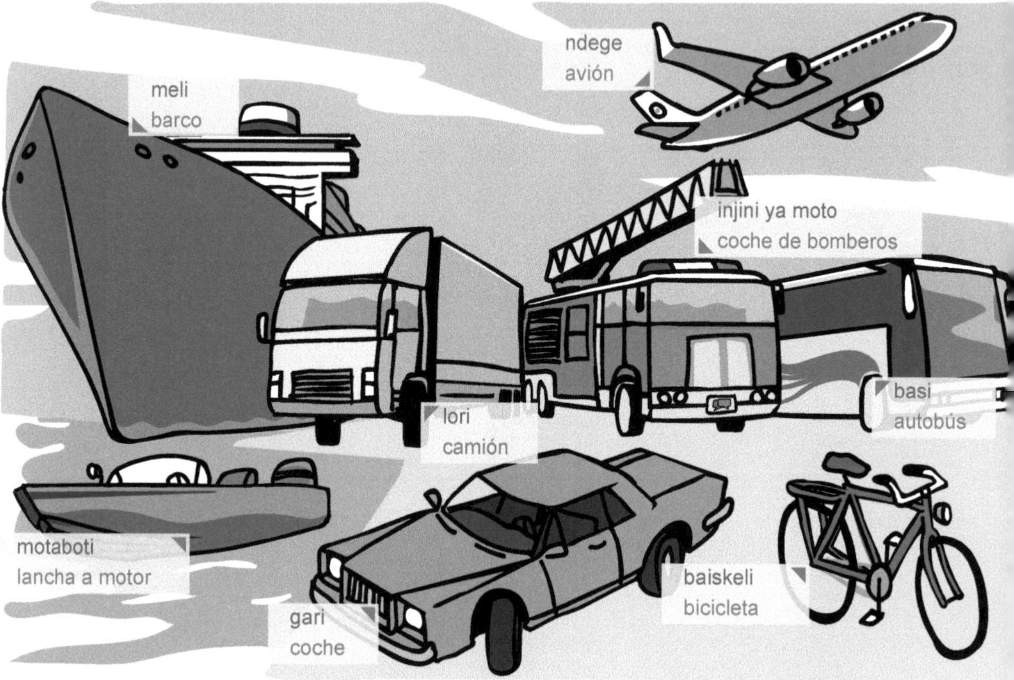
ndege
avión
meli
barco
injini ya moto
coche de bomberos
basi
autobús
lori
camión
motaboti
lancha a motor
baiskeli
bicicleta
gari
coche

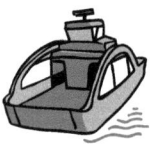

feri

transbordador

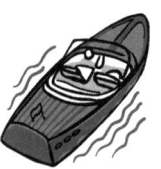

mashua

barca

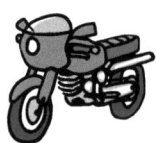

pikipiki

moto

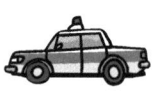

gari la polisi

coche de policía

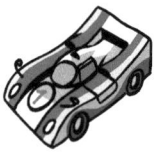

gari la mashindano

coche de carreras

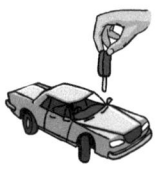

gari la kukodisha

coche de alquiler

kushiriki gari

préstamo de vehículos

lori la kuvuta

grúa

ukusanyaji taka

camión de la basura

motor

motor

mafuta

gasolina

kituo cha mafuta

gasolinera

ishara trafiki

señal de tráfico

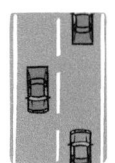

trafiki

tráfico

msongamano

atasco

maegesho

aparcamiento

kituo cha treni

estación de tren

reli

vías

garimoshi

tren

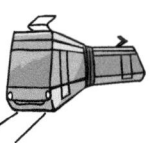

tremu

tranvía

gari la mizigo

vagón

helikopta

helicóptero

uwanja wa ndege

aeropuerto

mnara

torre

abiria

pasajero

chombo

contenedor

katoni

caja de cartón

mkokoteni

carretilla

kikapu

cesta

ondoka

despegar / aterrizar

jiji

ciudad

kijiji

pueblo

katikati ya jiji

centro de ciudad

nyumba

casa

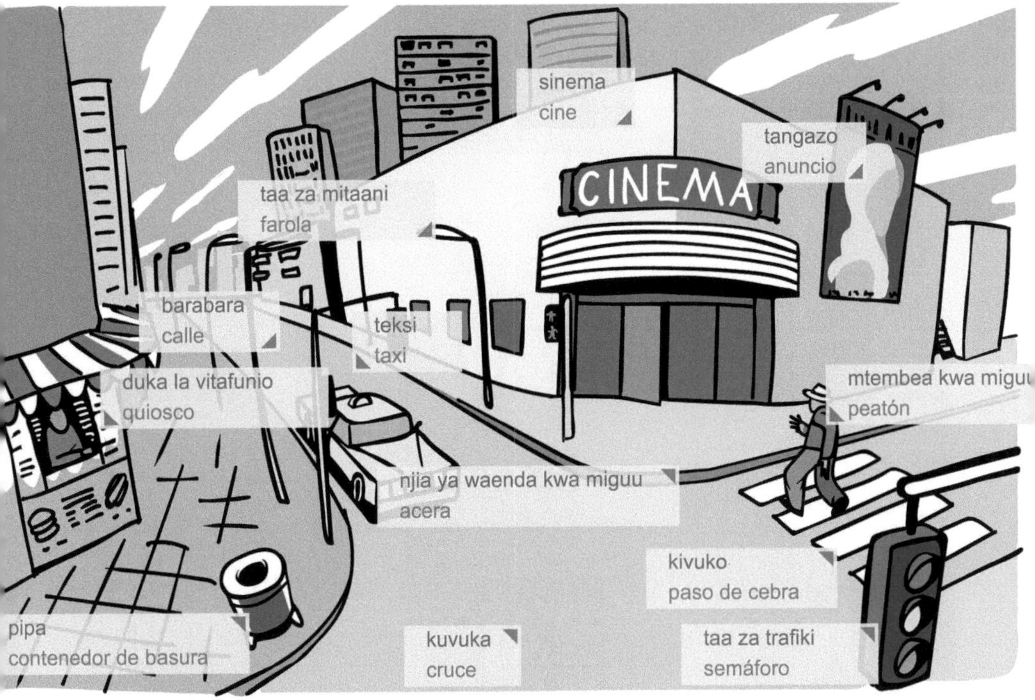

sinema
cine

tangazo
anuncio

taa za mitaani
farola

CINEMA

barabara
calle

teksi
taxi

duka la vitafunio
quiosco

mtembea kwa miguu
peatón

njia ya waenda kwa miguu
acera

kivuko
paso de cebra

pipa
contenedor de basura

kuvuka
cruce

taa za trafiki
semáforo

kibanda

cabaña

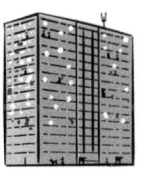

gorofa

apartamento

kituo cha treni

estación de tren

ukumbi wa mji

ayuntamiento

Makavazi

museo

shule

escuela

chuo kikuu

universidad

benki

banco

hospitali

hospital

hoteli

hotel

duka la dawa

farmacia

ofisi

oficina

duka la kitabu

librería

duka

tienda

duka la maua

floristería

dukakuu

supermercado

soko

mercado

idara ya kuhifadhi

grandes almacenes

mwuza samaki

pescadería

kituo cha ununuzi

centro comercial

bandari

puerto

12   jiji - ciudad

Hifadhi

parque

benki

banco

daraja

puente

vidato

escaleras

chini ya ardhi

metro

handaki

túnel

kituo cha mabasi

parada de autobús

bar

bar

mgahawa

restaurante

sanduku la posta

buzón

ishara ya barabara

poste indicador

mita ya maegesho

parquímetro

bustani ya wanyama

zoo

kidimbwi cha kuogelea

piscina

msikiti

mezquita

shamba
granja

uchafuzi
contaminación

makaburini
cementerio

kanisa
iglesia

uwanja wa michezo
patio de juego

hekalu
templo

mazingira
paisaje

jani
hoja

ishara ya mwelekeo
señal

njia
camino

malisho
prado

jiwe
piedra

mtembeaji wa masafa
excursionista

mti
árbol

mto
río

nyasi
hierba

ua
flor

bonde
valle

kilima
colina

ziwa
lago

msitu
bosque

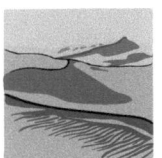

jangwa
desierto

volkano
volcán

ngome
castillo

upinde wa mvua
arcoíris

uyoga
champiñón

mtende
palmera

mbu
mosquito

kuruka
mosca

chungu
hormiga

nyuki
abeja

buibui
araña

mende

escarabajo

chura

rana

kuchakuro

ardilla

nungunungu

erizo

sungura

liebre

bundi

lechuza

ndege

pájaro

swan

cisne

nguruwe mwitu

jabalí

kulungu

ciervo

aina ya kongoni

alce

bwawa

presa

tabo ya upepo

turbina eólica

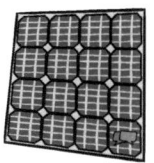

nishaji ya jua

panel solar

hali ya hewa

clima

mgahawa
restaurante

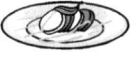

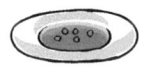

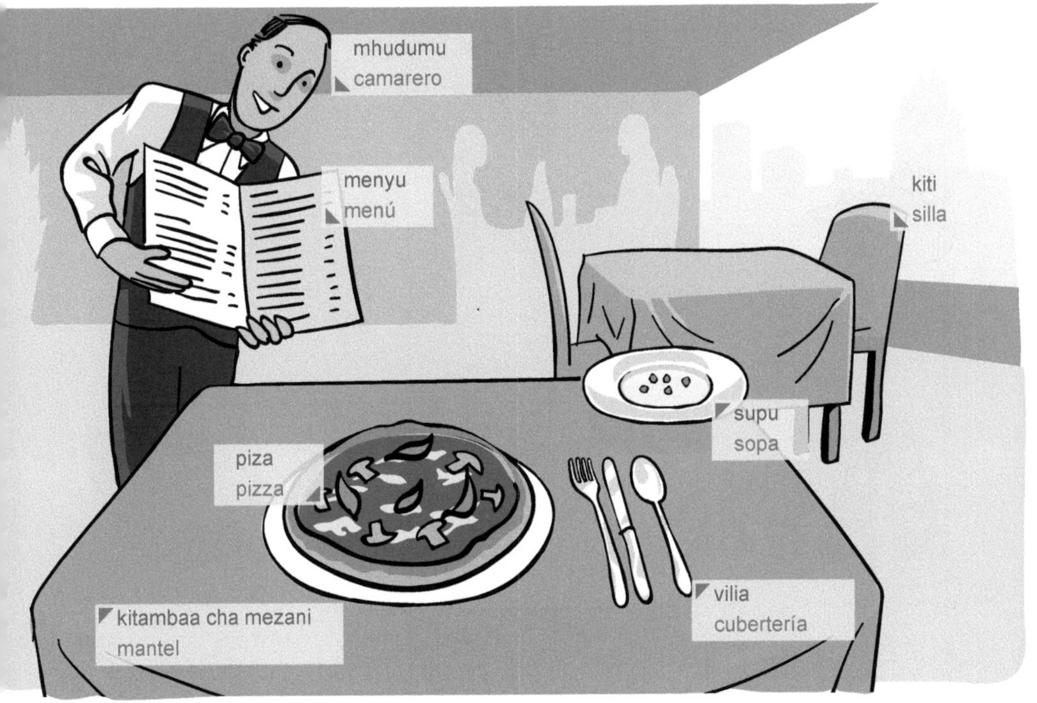
mhudumu
camarero
menyu
menú
kiti
silla
supu
sopa
piza
pizza
vilia
cubertería
kitambaa cha mezani
mantel

kiamsha hamu

primer plato

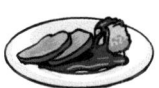

kozi kuu

plato principal

kitindamlo

postre

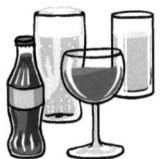

vinywaji

bebidas

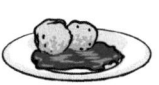

chakula

comida

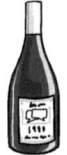

chupa

botella

chakula cha haraka

comida rápida

Streetfood

comida callejera

buli

tetera

kisanduku cha sukari

azucarero

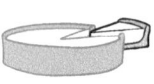

sehemu

porción

mashine ya espresso

cafetera expreso

kiti kirefu

trona

muswada

cuenta

trei

bandeja

kisu

cuchillo

uma

tenedor

kijiko

cuchara

kijiko cha chai

cucharilla

nepi

servilleta

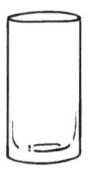

glasi

vaso

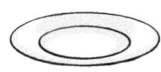

sahani

plato

sahani ya supu

plato hondo

sufuria

platillo

mchuzi

salsa

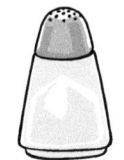

kichanyaji chumvi

salero

kinu cha pilipili

molinillo de pimienta

siki

vinagre

mafuta

aceite

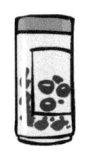

viungo

especias

kechapu

ketchup

haradali

mostaza

kachumbari nzito

mayonesa

dukakuu

supermercado

ofa maalum
oferta especial
mteja
cliente
FOR
maziwa
lácteos
matunda
fruta
toroli
carro de la compra

BUTCHERS

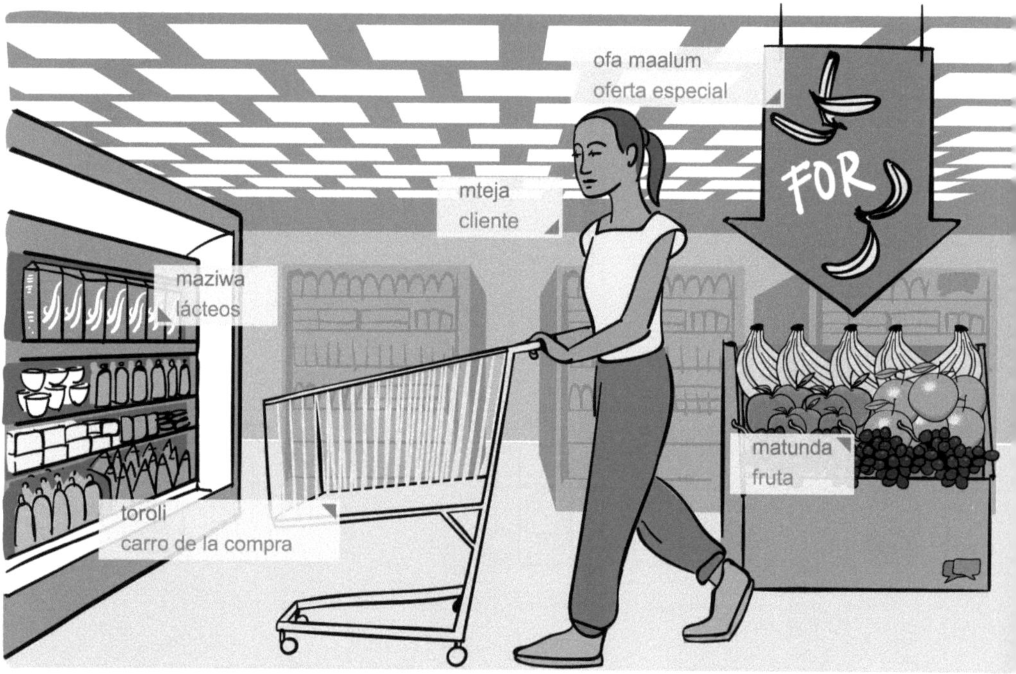

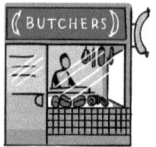

mchinjaji

carnicería

BAKERY

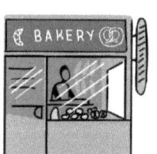

mwokaji

panadería

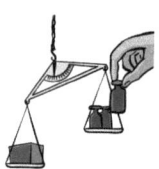

uzito

pesar

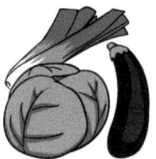

mboga

verduras

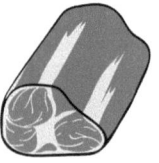

nyama

carne

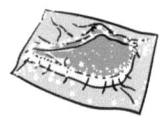

chakula waliohifadhiwa

alimentos congelados

vipande vya nyama baridi

fiambres

chakula cha kopo

conservas

sabuni ya unga

detergente en polvo

pipi

dulces

bidhaa za kaya

productos de uso doméstico

bidhaa za kusafisha

productos de limpieza

mtu mauzo

vendedora

mpaka

caja

keshia

cajero

orodha ya manunuzi

lista de la compra

masaa ya ufunguzi

horario de atención al público

mkoba

cartera

kadi

tarjeta de crédito

mfuko

bolsa

mfuko wa plastiki

bolsa de plástico

maji

agua

sharubati

zumo

maziwa

leche

coke

cola

mvinyo

vino

bia

cerveza

pombe

alcohol

kakao

cacao

chai

té

kahawa

café

spreso

expreso

kapuchino

capuchino

ndizi

plátano

tufaha

manzana

machungwa

naranja

tikiti

melón

lemon

limón

karoti

zanahoria

kitunguu saumu

ajo

mianzi

bambú

kitunguu

cebolla

uyoga

champiñón

karanga

avellanas

nudo

fideos

spageti

espagueti

mpunga

arroz

saladi

ensalada

vibanzi

patatas fritas

viazi vya kukaanga

patatas fritas

piza

pizza

hambaga

hamburguesa

sandwichi

sándwich

kipande

filete

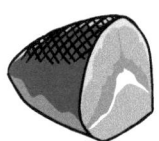

paja la mnyama

jamón

salami

salami

soseji

salchicha

kuku

pollo

choma

asado

samaki

pescado

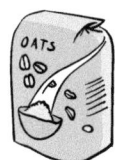

oats ya uji

copos de avena

muesli

muesli

cornflakes

copos de maíz

unga

harina

kroisanti

cruasán

andazi

panecillo

mkate

pan

mkate wa kubanika

tostada

biskuti

galletas

siagi

mantequilla

maziwa mgando

cuajada

keki

pastel

yai

huevo

yai kukaanga

huevo frito

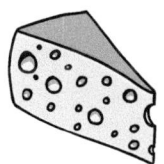

jibini

queso

chakula - comida

aiskrimu

helado

sukari

azúcar

asali

miel

jemu

mermelada

kuenea kwa chokoleti

crema de turrón

mchuzi wa viungo

curry

shamba
granja

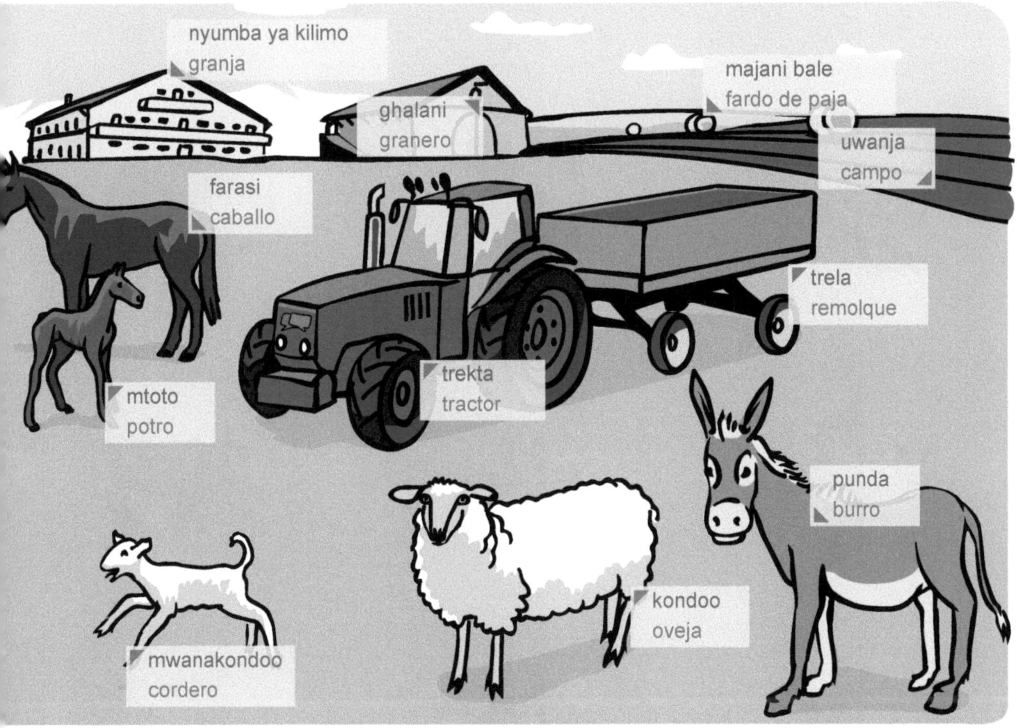

nyumba ya kilimo
granja
ghalani
granero
majani bale
fardo de paja
uwanja
campo
farasi
caballo
trela
remolque
mtoto
potro
trekta
tractor
punda
burro
kondoo
oveja
mwanakondoo
cordero

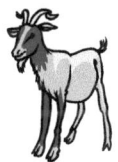

mbuzi
cabra

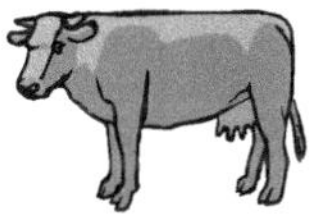

ng'ombe
vaca

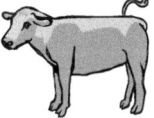

ndama
ternero

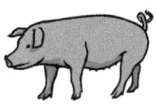

nguruwe
cerdo

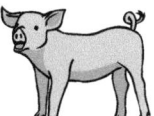

mwananguruwe
cerdito

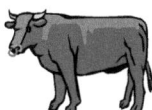

fahali
toro

batabukini

ganso

bata

pato

kifaranga

pollo

kuku

gallina

jogoo

gallo

panya

rata

paka

gato

panya

ratón

ng'ombe

buey

mbwa

perro

nyumba ya mbwa

perrera

bomba la bustani

manguera

debe la kumwagilia maji

regadera

fyekeo

guadaña

kulima

arado

mundu

hoz

jembe

azada

uma wa nyasi

horca

shoka

hacha

toroli

carretilla

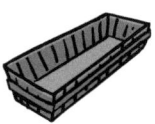

kupitia nyimbo

abrevadero

chombo cha maziwa

lechera

gunia

saco

ua

valla

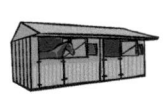

imara

establo

chafu

invernadero

udongo

suelo

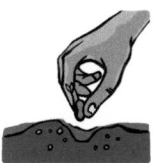

mbegu

semilla

mbolea

fertilizador

kivunaji

cosechadora

mavuno

cosechar

mavuno

cosecha

viazi vikuu

ñame

ngano

trigo

soya

soja

viazi

patata

mahindi

maíz

rapa

semilla de colza

mti wa matunda

árbol frutal

muhogo

mandioca

nafaka

cereales

nyumba
casa

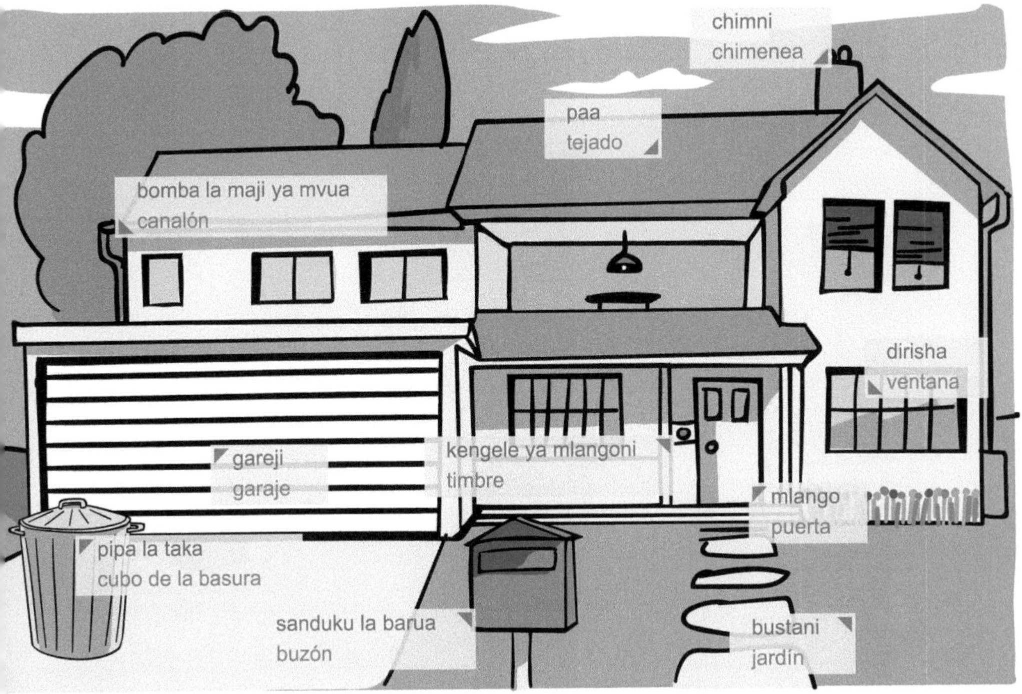
chimni
chimenea
paa
tejado
bomba la maji ya mvua
canalón
dirisha
ventana
gareji
garaje
kengele ya mlangoni
timbre
mlango
puerta
pipa la taka
cubo de la basura
sanduku la barua
buzón
bustani
jardín

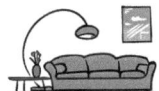

sebuleni

sala

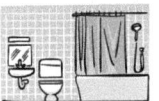

bafu

cuarto de baño

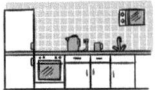

jikoni

cocina

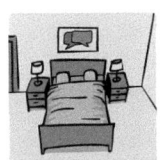

chumba cha kulala

dormitorio

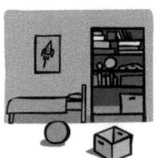

chumba ya mtoto

habitación de los niños

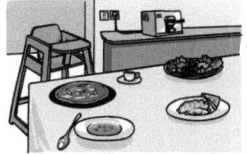

chumba cha kulia

comedor

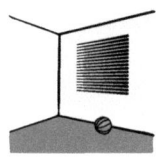

sakafu

suelo

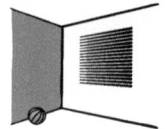

ukuta

pared

dari

techo

pishi

sótano

sauna

sauna

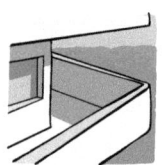

roshani

balcón

mtaro

terraza

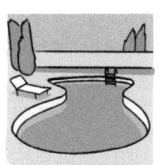

kidimbwi

piscina

mashine ya kukata nyasi

cortacésped

karatasi

sábana

kitambaa cha kupamba
kitanda

colcha

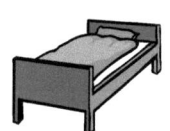

kitanda

cama

ufagio

escoba

ndoo

balde

kubadili

interruptor

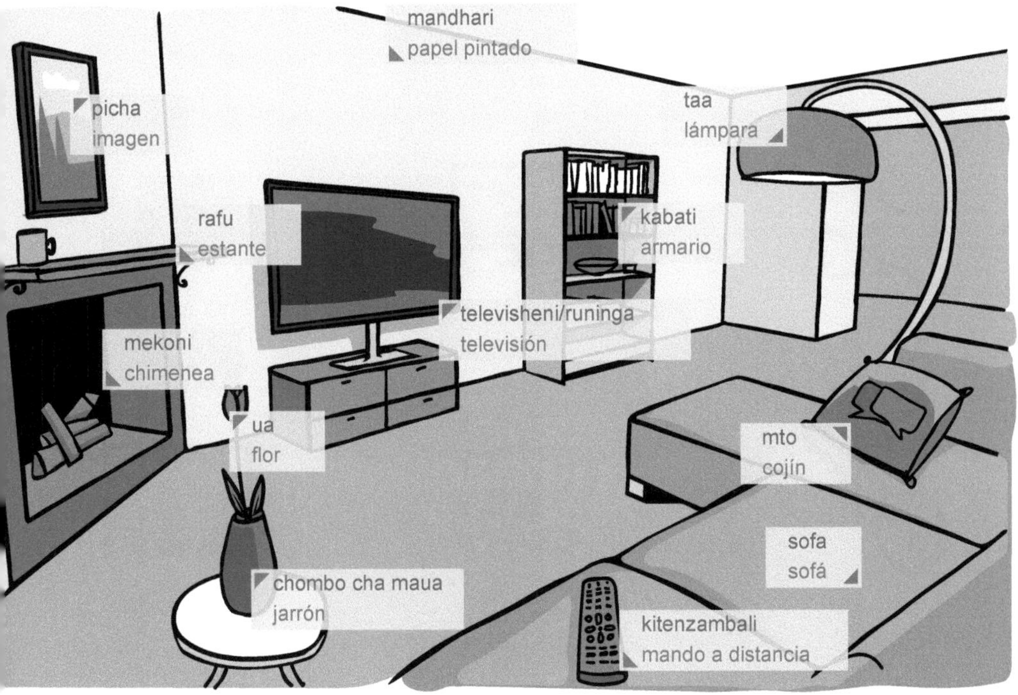

mandhari
papel pintado

picha
imagen

taa
lámpara

rafu
estante

kabati
armario

mekoni
chimenea

televisheni/runinga
televisión

ua
flor

mto
cojín

sofa
sofá

chombo cha maua
jarrón

kitenzambali
mando a distancia

zulia
alfombra

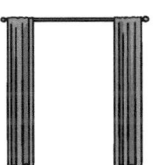

pazia
cortina

meza
mesa

kiti
silla

kiti cha bembea
mecedora

armchair
butaca

kitabu

libro

blanketi

manta

mapambo

decoración

kuni

leña

filamu

película

kifaa cha hi-fi

equipo de música

ufunguo

llave

gazeti

periódico

uchoraji

pintura

bango

póster

redio

radio

daftari

cuaderno

kifyonza

aspiradora

dungusi kakati

cactus

mshumaa

vela

jikoni
cocina

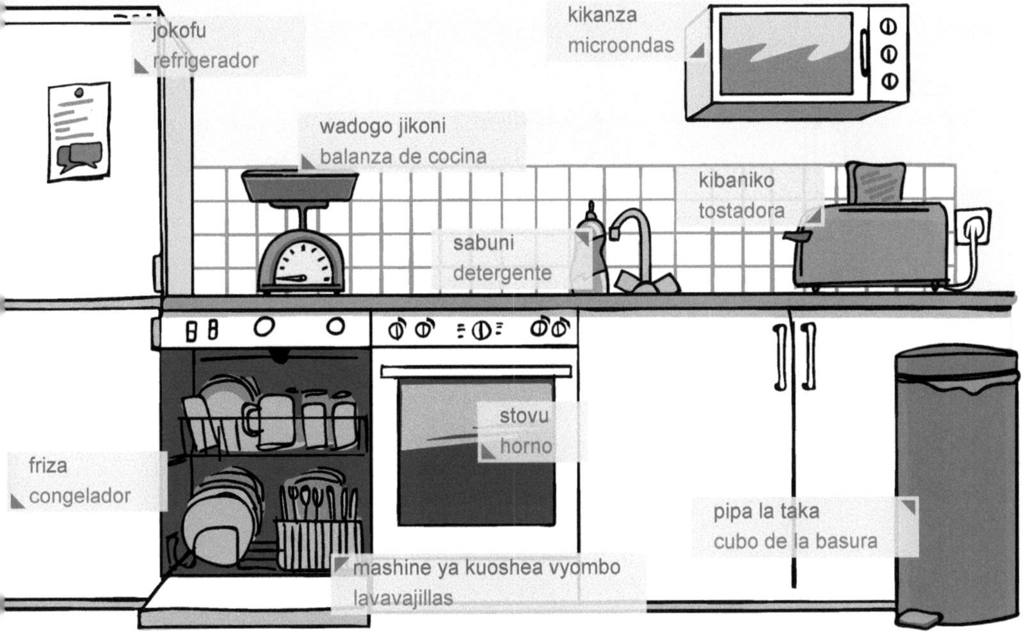

jokofu
refrigerador
kikanza
microondas
wadogo jikoni
balanza de cocina
kibaniko
tostadora
sabuni
detergente
stovu
horno
friza
congelador
pipa la taka
cubo de la basura
mashine ya kuoshea vyombo
lavavajillas

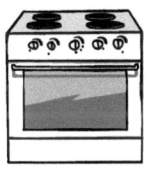

jiko la kupika

olla a presión

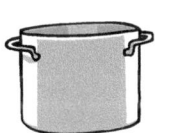

chungu

olla

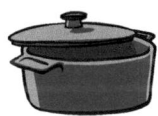

sufuria ya chuma

olla de hierro fundido

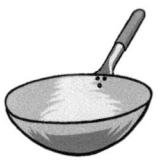

wok / kadai

wok / karahi

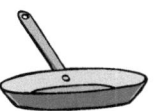

kaango

cazuela

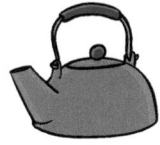

birika

hervidor

stima

vaporera

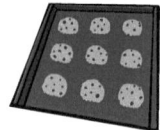

sinia ya kuoka

chapa de horno

vyombo vya udongo

vajilla

kombe

taza

bakuli

tazón

vijiti vya kulia

palillos

ukawa

cucharón

mwiko mpana

espumadera

burashi

batidor

kichujio

colador

chujio

cedazo

mbuzi

rallador

chokaa

mortero

barbeque

barbacoa

moto wazi

hoguera

ubao wa majaribio

tabla de picar

kijiti cha kusukuma unga

rodillo

kizibuo

sacacorchos

kopo

lata

inaweza kopo

abrelatas

kishikio cha chungu

agarrador

karo

lavabo

brashi

cepillo

sifongo

esponja

kisagaji matunda

batidora

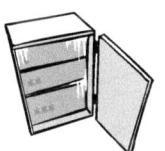

friji ya kina

congelador

chupa ya mtoto

biberón

bomba

grifo

jikoni - cocina

bafu

cuarto de baño

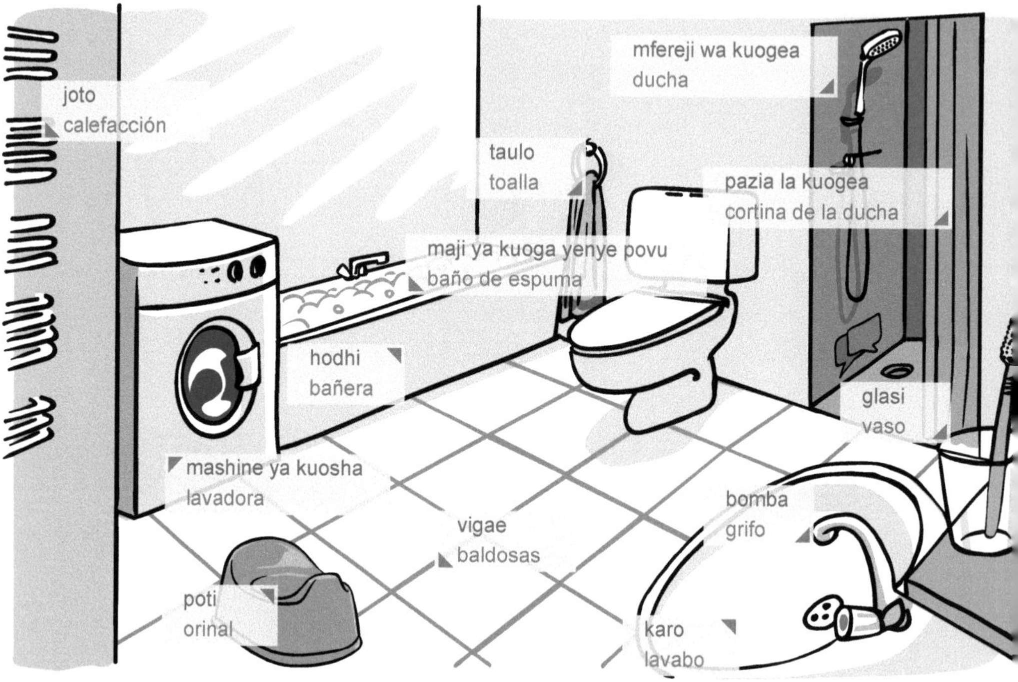

joto
calefacción
mfereji wa kuogea
ducha
taulo
toalla
pazia la kuogea
cortina de la ducha
maji ya kuoga yenye povu
baño de espuma
hodhi
bañera
glasi
vaso
mashine ya kuosha
lavadora
bomba
grifo
vigae
baldosas
poti
orinal
karo
lavabo

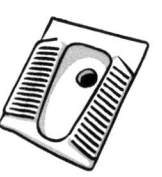

choo

inodoro

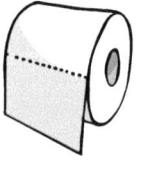

choo cha squat

inodoro rústico

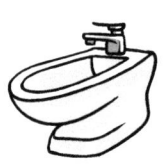

beseni la mviringo

bidé

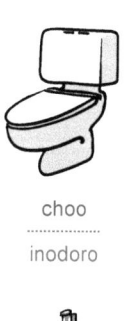

choo cha umma

urinario

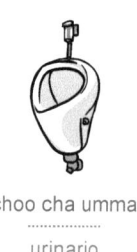

shashi

papel higiénico

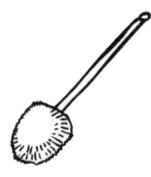

brashi ya choo

escobilla del váter

mswaki

cepillo de dientes

dawa ya meno

pasta de dientes

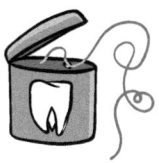

dawa ya meno

hilo dental

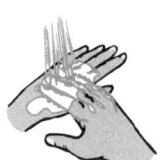

safisha

lavar

kuoga mkono

ducha de mano

msukumo wa maji

ducha íntima

bonde

pila

mpako wa pili

cepillo de espalda

sabuni

jabón

jeli ya kuogea

gel de ducha

shampuu

champú

flana

toallita

toa maji

desagüe

krimu

crema

kiondoa harufu

desodorante

kioo

espejo

kioo mkono

espejo de tocador

kinyozi

maquinilla de afeitar

povu la kunyoa

espuma de afeitar

baada ya kunyoa

loción postafeitado

kichana

peine

brashi

cepillo

kikausha nywele

secador

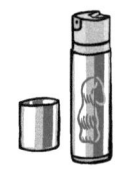

marashi ya nyewele

laca

vipodozi

maquillaje

kidomwa

pintalabios

varnish ya msumari

pintauñas

pamba

algodón

mkasi wa kucha

cortauñas

manukato

perfume

mkoba wa kuosha

estuche de viaje

kinyesi

banqueta

mizani

balanza

nguo ya kuoga

albornoz

glavu za mpira

guantes de goma

kisodo

tampón

sodo

compresa

kemikali choo

inodoro químico

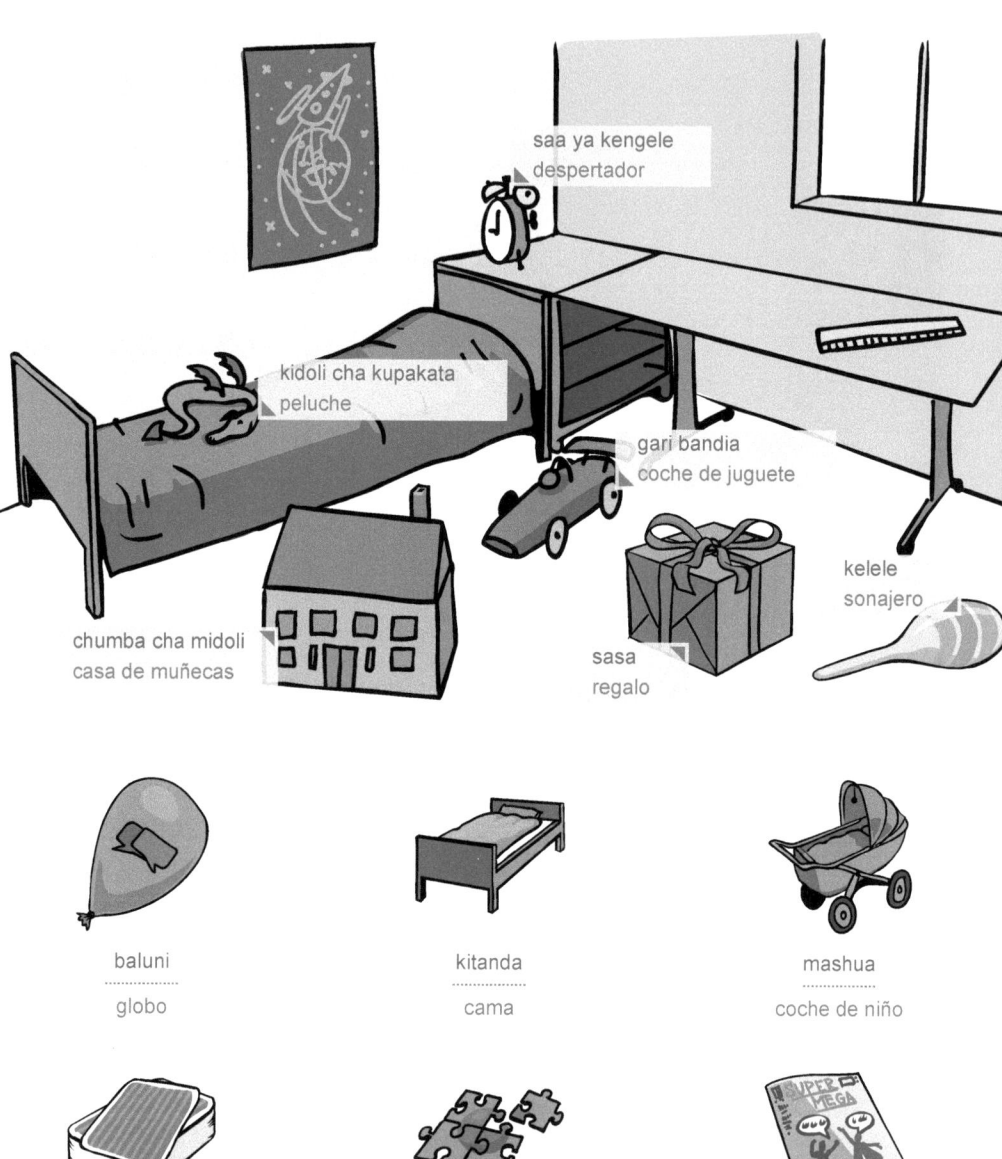

saa ya kengele
despertador

kidoli cha kupakata
peluche

gari bandia
coche de juguete

kelele
sonajero

chumba cha midoli
casa de muñecas

sasa
regalo

baluni
globo

kitanda
cama

mashua
coche de niño

staha ya kadi
naipes

mchezo-fumb
puzle

vichekesho
tebeo

matofali lego
piezas de lego

vitalu mwigo
bloques de juguete

hatua takwimu
figura de acción

suti ya kulalia
bodi (de bebé)

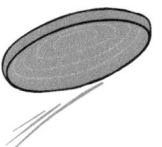

kisahani
frisbee

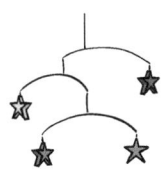

simu
colgador móvil para bebés

ubao wa michezo
juego de mesa

kete
dados

garimoshi mwigo
circuito de tren eléctrico

dummy
maniquí

chama
fiesta

picha kitabu
álbum de fotos

mpira
pelota

kikaragosi
muñeca

kucheza
jugar

shimo la mchanga

cajón de arena

bembea

columpio

vitu bandia

juguetes

kiweko cha video ya mchezo

videoconsola

baiskeli ya magurudumu

triciclo

matatu

mwanasesere

oso de peluche

kabati

guardarropa

nguo

ropa

soksi

calcetines

stokingi

medias

kibano

leotardos

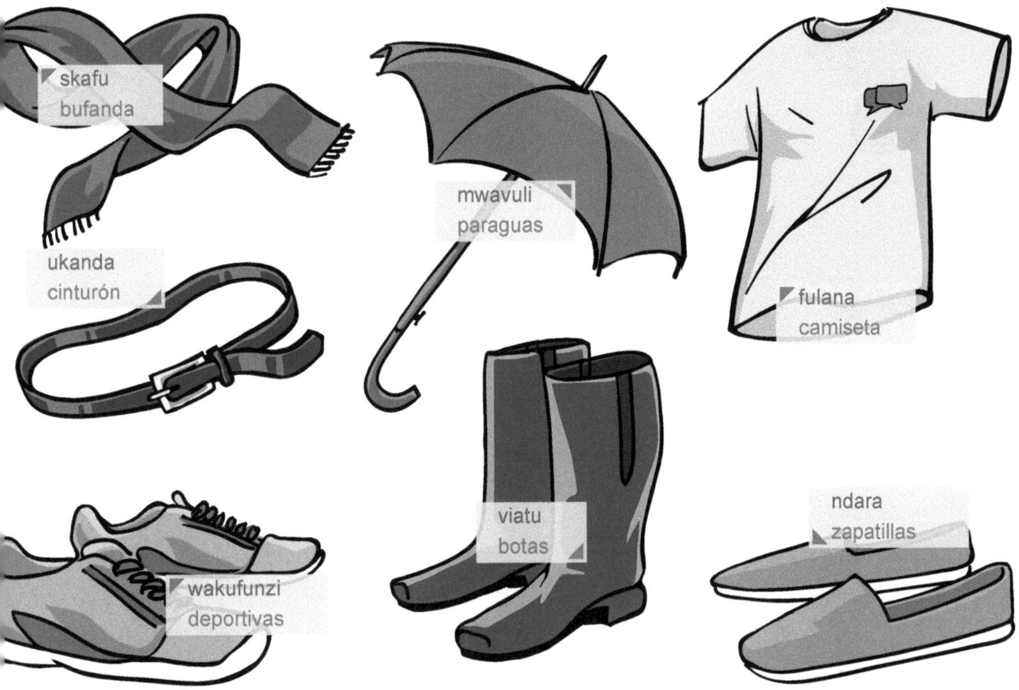

skafu
bufanda

mwavuli
paraguas

ukanda
cinturón

fulana
camiseta

viatu
botas

ndara
zapatillas

wakufunzi
deportivas

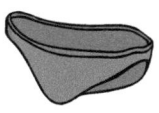

malapa
sandalias

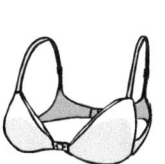

viatu
zapatos

mabuti ya mpira
botas de goma

suruali ya ndani
slip

sidiria
sostén

fulana
chaleco

nguo - ropa

45

mwili
bodi

suruali
pantalones

dangirizi
vaqueros

sketi
falda

blauzi
blusa

shati
camisa

vuta
jersey

sweta
suéter

bleza
blazer

jaketi
chaqueta

koti
abrigo

koti la mvua
gabardina

maleba
traje

gauni
vestido

mavazi ya harusi
vestido de novia

suti

traje

vazi la usiku

camisón

pajama

pijama

sari

sari

skafu

bandana

kilemba

turbante

burka

burka

kaftan

caftán

abaya

abaya

vazi la kuogelea

traje de baño

vazi la kiume la kuogelea

bañador

kaptura

pantalones cortos

teitei

chándal

aproni

delantal

glavu

guantes

kifungo

botón

glasi

gafas

bangili

brazalete

mkufu

collar

pete

anillo

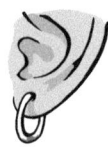

herini

pendiente

kofia

gorra

kiango cha koti

percha

kofia

sombrero

tai

corbata

zipu

cremallera

kofia

casco

kanda za suruali

tirantes

sare za shule

uniforme escolar

sare

uniforme

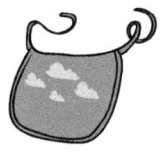

bibu

babero

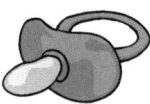

dummy

maniquí

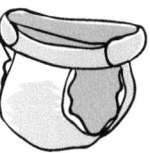

nepi

pañal

ofisi

oficina

seva
servidor
kabati la kuweka faili
archivo
karatasi
papel
kichapishaji
impresora
kiwambo
monitor
kipanya
ratón
dawati
escritorio
folda
carpeta
kibodi
teclado
cha kuweka karatasi chafu
era
kompyuta
ordenador
kiti
silla

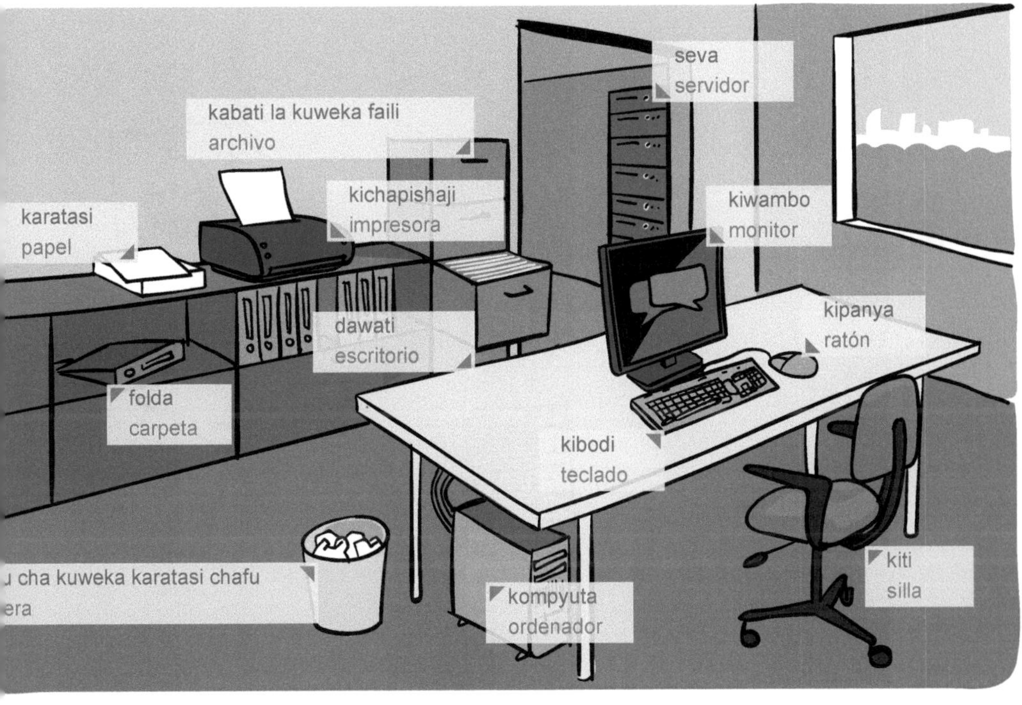

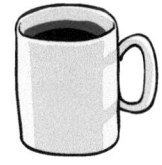

kmobe la kahawa

taza de café

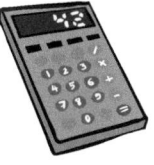

kikokotoo

calculadora

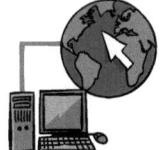

biashara

internet

mbali	barua	ujumbe
portátil	carta	mensaje

rununu	intaneti	fotokopia
móvil	red	fotocopiadora

programu	simu	soketi
software	teléfono	toma de corriente
	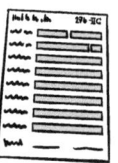	
kipepesi	fomu	hati
fax	formulario	documento

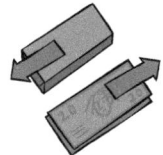

kununua
....
comprar

kulipa
....
pagar

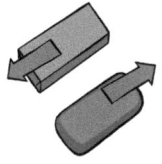

biashara
....
comerciar

fedha
....
dinero

dola
....
dólar

yuro
....
euro

yeni
....
yen

rouble
....
rublo

faranga ya Uswisi
....
franco suizo

renminbi yuan
....
renminbi yuan

rupia
....
rupia

eneo la kulipia
....
cajero automático

ofisi ya ubadilishanaji

oficina de cambio de divisas

dhahabu

oro

fedha

plata

mafuta

petróleo

nishati

energía

bei

precio

mkataba

contrato

kodi

impuesto

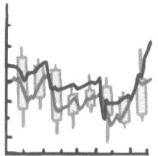

bidhaa

acción

kazi

trabajar

mfanyakazi

empleado

mwajiri

empleador

kiwanda

fábrica

duka

tienda

uchumi - economía

afisa wa polisi
agente de policía

mzimamoto
bombero

mpishi
cocinero

daktari
médico

rubani
piloto

mtunza bustani

jardinero

seremala

carpintero

mshonaji

costurera

hakimu

juez

mwanakemia

farmacéutico

muigizaji

actor

dereva wa basi

conductor de autobús

dereva wa teksi

taxista

mvuvi

pescador

mwanamke wa kusafisha

señora de la limpieza

mwezekaji

techador

mhudumu

camarero

mwindaji

cazador

mchoraji

pintor

mwokaji

panadero

umeme

electricista

mjenzi

obrero

mhandisi

ingeniero

mchinjaji

carnicero

fundi bomba

fontanero

mwanaposta

cartero

mwanajeshi

soldado

msanifu majengo

arquitecto

keshia

cajero

muuza maua

florista

msusi

peluquero

kondakta

revisor

mekanika

mecánico

nahodha

capitán

daktari wa meno

dentista

mwanasayansi

científico

rabbi

rabino

imamu

imán

mtawa

monje

kasisi

sacerdote

zana
herramientas

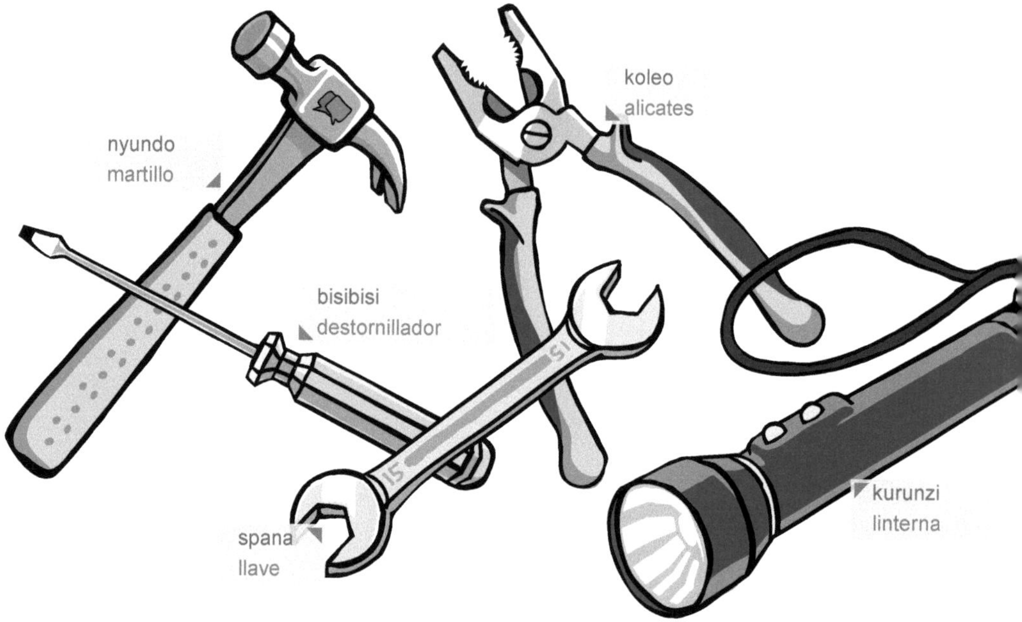
koleo
alicates
nyundo
martillo
bisibisi
destornillador
kurunzi
linterna
spana
llave

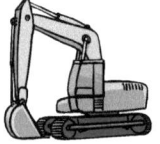

mchimbaji
excavadora

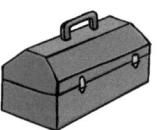

sanduku la vifaa
caja de herramientas

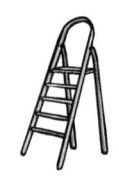

ngazi
escalera de mano

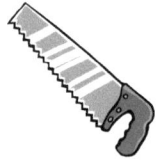

msumeno
sierra

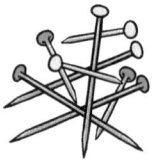

misumari
clavos

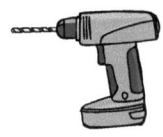

kuchimba visima
taladro

kukarabati
reparar

sepetu
pala

Lo!
¡Maldita sea!

kishikio cha uchafu
recogedor

chungu cha rangi
bote de pintura

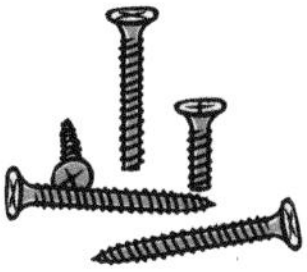

skurubu
tornillos

ala za muziki

instrumentos musicales

spika
altavoz

mpangilio wa ngoma
batería

gita
guitarra

besi mara mbili
contrabajo

tarumbeta
trompeta

piano
piano

fidla
violín

ubeji
bajo

timpani
timbales

ngoma
tambor

kibodi
teclado

saksafoni
saxofón

filimbi
flauta

maikrofoni
micrófono

bustani ya wanyama

zoo

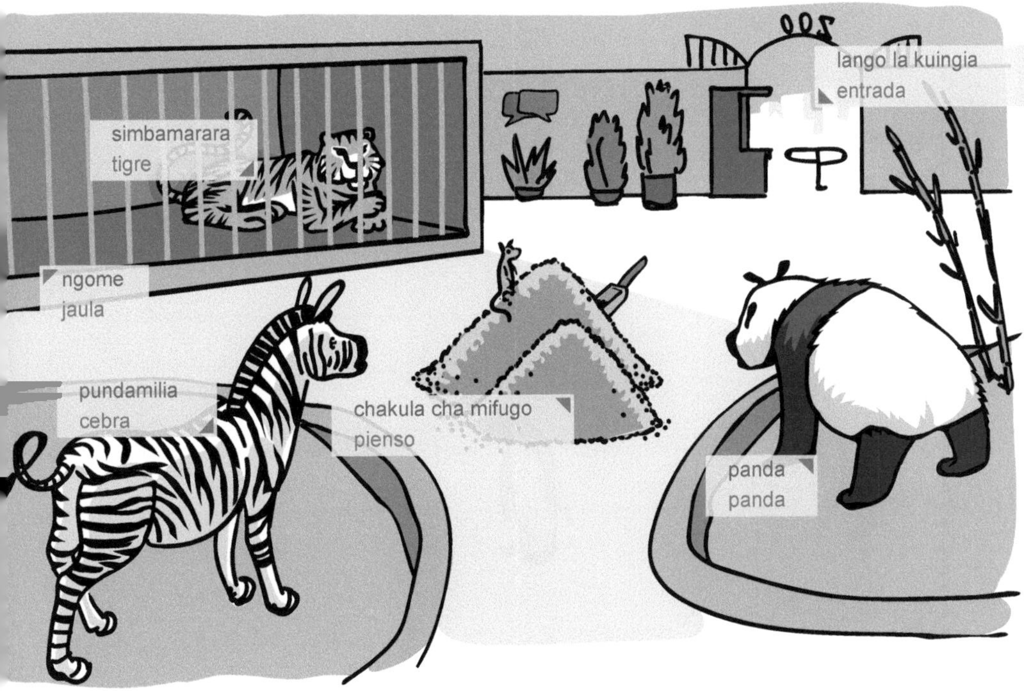

lango la kuingia
entrada
simbamarara
tigre
ngome
jaula
pundamilia
cebra
chakula cha mifugo
pienso
panda
panda

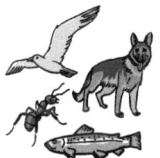

wanyama

animales

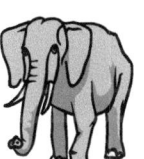

tembo

elefante

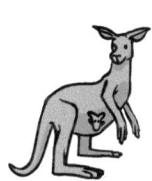

kangaruu

canguro

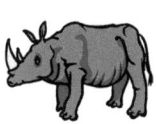

kifaru

rinoceronte

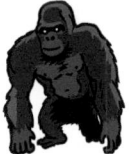

sokwe

gorila

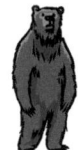

dubu

oso

ngamia
camello

mbuni
avestruz

simba
león

tumbili
mono

heroe
flamingo

kasuku
loro

dubu
oso polar

penguini
pingüino

papa
tiburón

tausi
pavo real

nyoka
serpiente

mamba
cocodrilo

mtunza wanyama
guardián de zoológico

muhuri
foca

jaguar
jaguar

mwanafarasi
poni

chui
leopardo

kiboko
hipopótamo

twiga
jirafa

tai
águila

nguruwe mwitu
jabalí

samaki
pescado

kobe
tortuga

sili
morsa

mbweha
zorro

paa
gacela

soka ya marekani
fútbol americano

uendeshaji baiskeli
ciclismo

tenisi
tenis

mpira wa kikapu
baloncesto

kuogelea
natación

ndondi
boxeo

magongo ya barafuni
hockey sobre hielo

soka
fútbol

vinyoya
bádminton

riadha
atletismo

mpira wa mikono
balonmano

skii
esquí

polo
polo

shughuli
actividades

kuruka
saltar
kumbatia
abrazar
cheka
reír
kutembea
caminar
kuimba
cantar
ota ndoto
soñar
kuomba
rezar
busu
besar

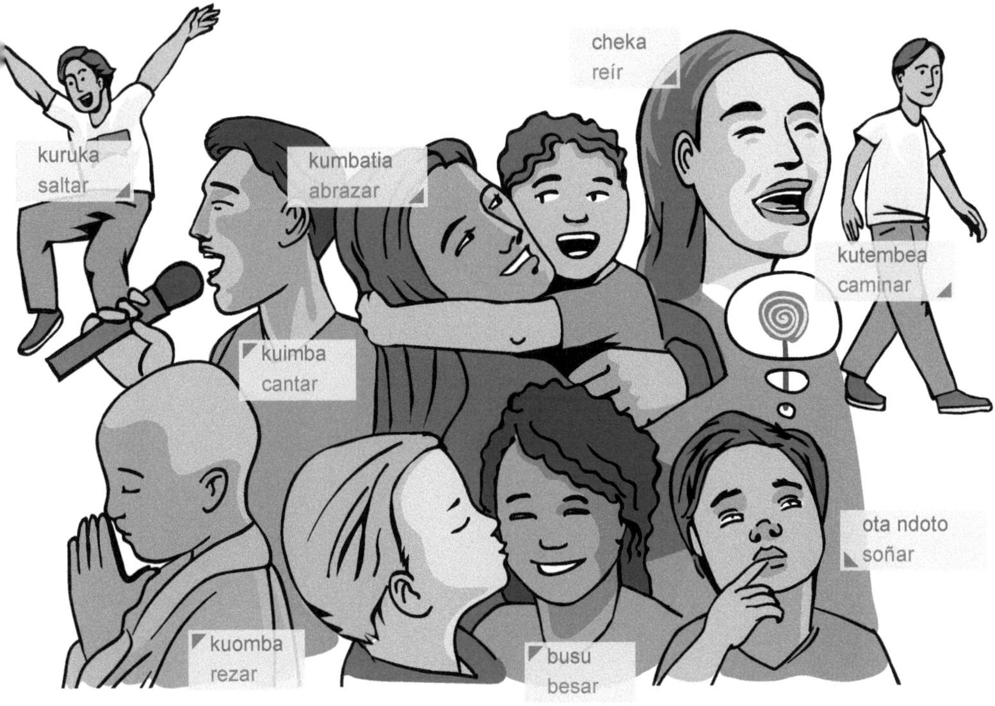

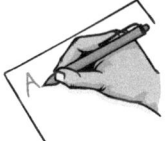

kuandika
escribir

kuteka
dibujar

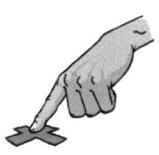

angalia
mostrar

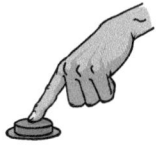

sukuma
empujar

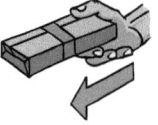

kutoa
dar

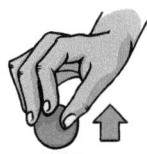

kuchukua
tomar

kuwa

tener

fanya

hacer

kuwa

ser

kusimama

estar de pie

kukimbia

correr

vuta

tirar

kutupa

tirar

kuanguka

caer

hadaa

yacer

kusubiri

esperar

kubeba

llevar

kukaa

estar sentado

vaa nguo

vestirse

usingizi

dormir

kuamka

despertar

kuangalia

mirar

lia

llorar

kiharusi

acariciar

chana nywele

peinar

ongea

hablar

kuelewa

entender

kuuliza

preguntar

kusikiliza

escuchar

kunywa

beber

kula

comer

nadhifisha

ordenar

upendo

amar

mpishi

cocinar

gari

conducir

kuruka

volar

meli

navegar

kokotoa

calcular

kusoma

leer

kujifunza

aprender

kazi

trabajar

kuoa

casarse

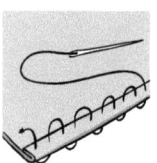

kushona

coser

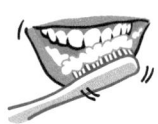

piga mswaki

cepillarse los dientes

kuua

matar

moshi

fumar

kutuma

enviar

familia
familia

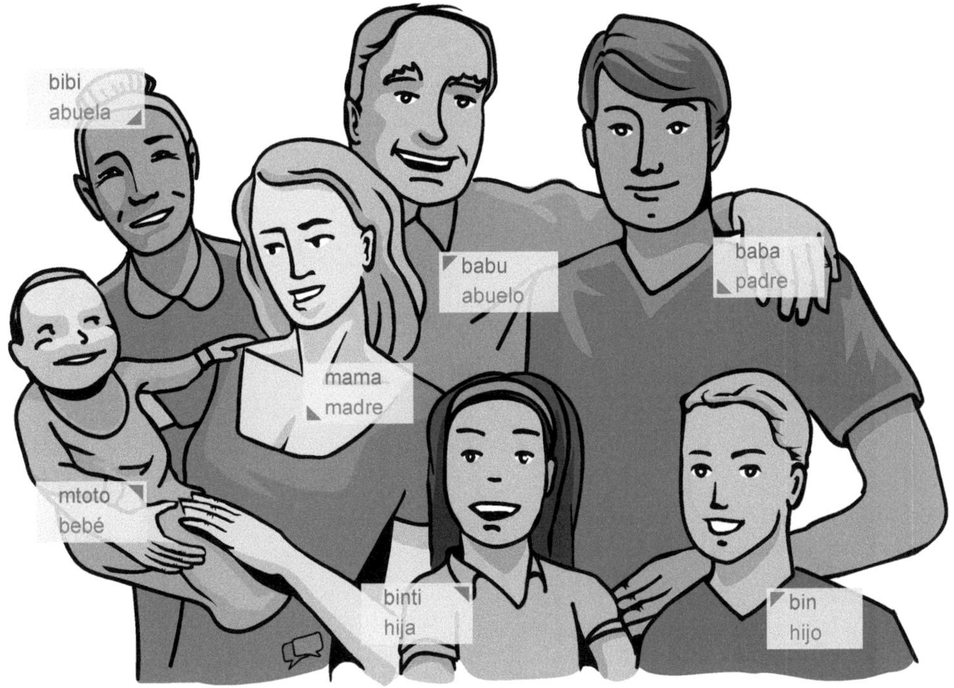
bibi
abuela
babu
abuelo
baba
padre
mama
madre
mtoto
bebé
binti
hija
bin
hijo

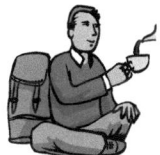

mgeni
invitado

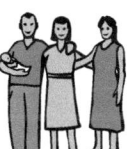

shangazi
tía

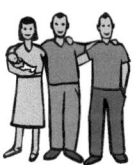

mjomba
tío

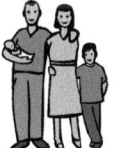

kaka
hermano

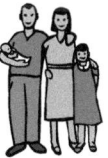

dada
hermana

mwili

cuerpo

paji la uso
frente
jicho
ojo
uso
cara
kidevu
barbilla
matiti
pecho
kidole
dedo
mkono
mano
mkono
brazo
bega
hombro
mguu
pierna

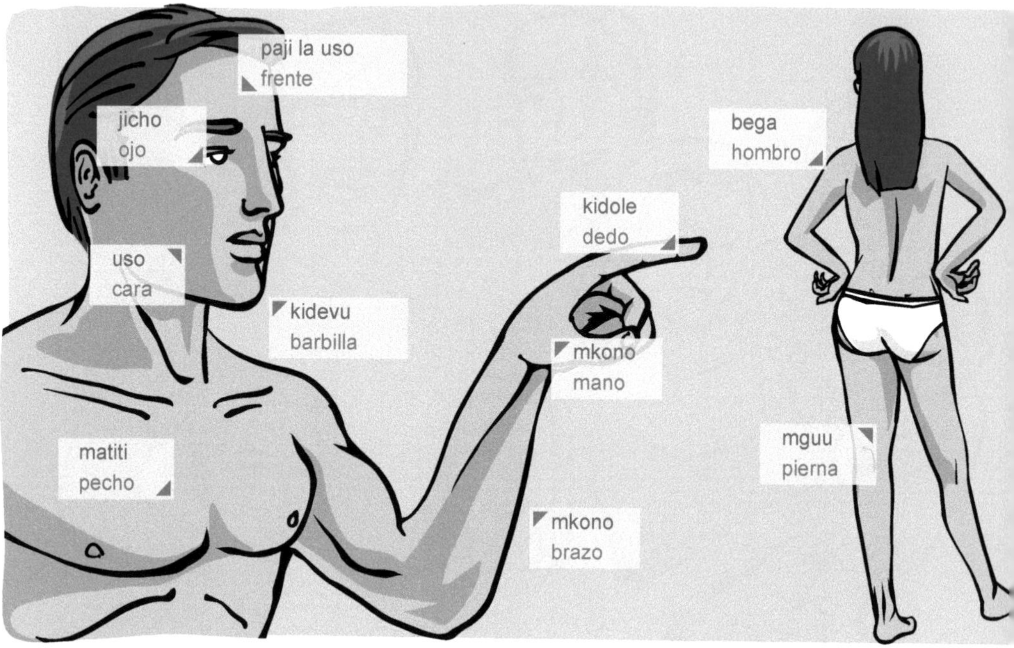

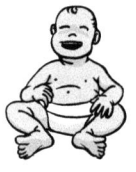

mtoto

bebé

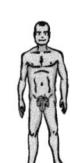

mwanamume

hombre

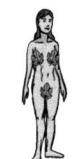

mwanamke

mujer

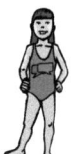

msichana

chica

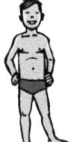

mvulana

chico

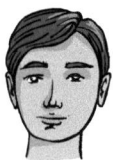

kichwa

cabeza

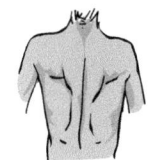

nyuma

espalda

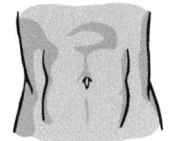

tumbo

vientre

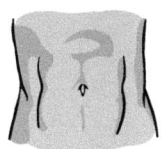

kitovu

ombligo

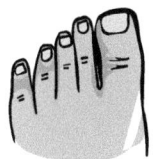

chano

dedo del pie

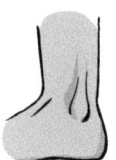

kisigino

talón

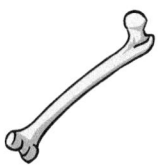

mfupa

hueso

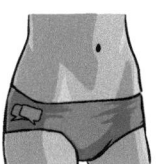

nyonga

cadera

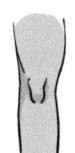

goti

rodilla

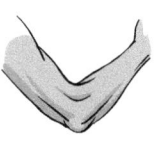

kiwiko

codo

pua

nariz

chini

trasero

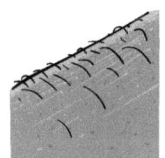

ngozi

piel

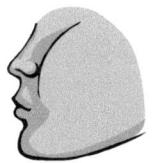

shavu

mejilla

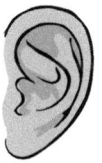

sikio

oído

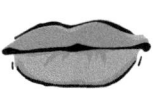

mdomo

labio

kinywa

boca

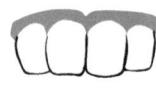

jino

diente

ulimi

lengua

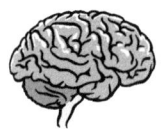

ubongo

cerebro

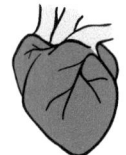

moyo

corazón

misuli

músculo

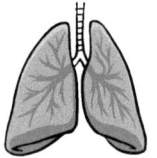

pafu

pulmón

ini

hígado

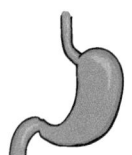

tumbo

estómago

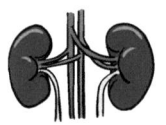

figo

riñones

jinsia

sexo

kondomu

condón

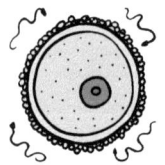

ovari

ovario

shahawa

semen

mimba

embarazo

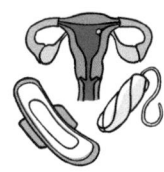

hedhi

menstruación

uke

vagina

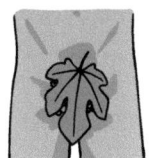

uume

pene

unyusi

ceja

nywele

pelo

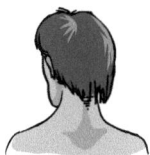

shingo

cuello

hospitali
hospital

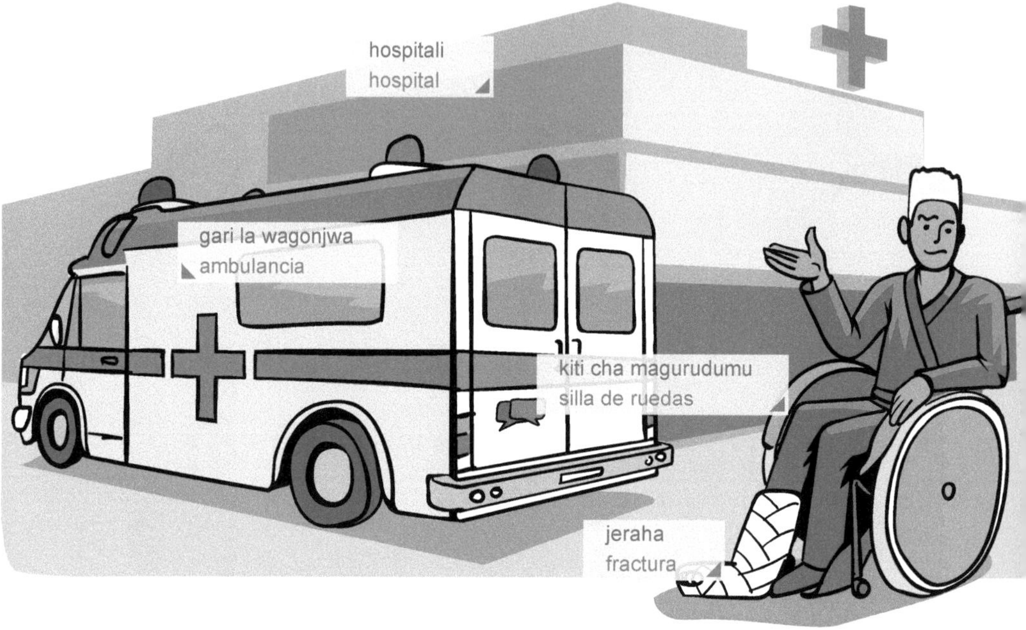

hospitali
hospital
gari la wagonjwa
ambulancia
kiti cha magurudumu
silla de ruedas
jeraha
fractura

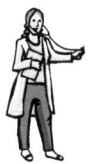

daktari

médico

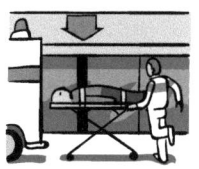

chumba cha dharura

sala de urgencias

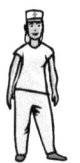

muuguzi

enfermera

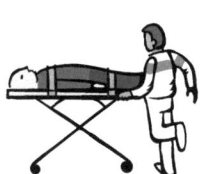

dharura

urgencia

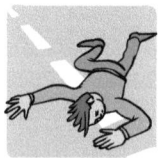

kupoteza fahamu

inconsciente

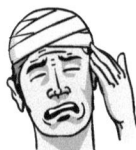

maumivu

dolor

kuumia

lesión

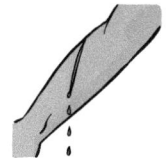

kutokwa na damu

hemorragia

mshtuko wa moyo

infarto

kiharusi

ictus

mzio

alergia

kikohozi

tos

homa

fiebre

mafua

gripe

kuharisha

diarrea

maumivu ya kichwa

dolor de cabeza

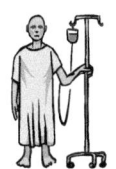

kansa

cáncer

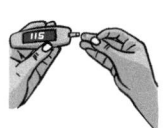

ugonjwa wa kisukari

diabetes

daktari mpasuaji

cirujano

kisu kidogo cha kupasulia

bisturí

operesheni

operación

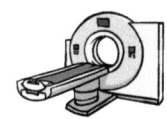

picha changanufu ya mwili

TAC

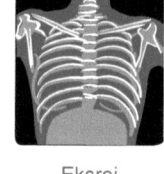

Eksrei

rayos x

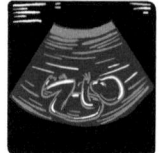

mawimbi sauti

ultrasonido

barakoa ya uso

mascarilla

ugonjwa

enfermedad

chumba cha kusubiri

sala de espera

mkongojo

muleta

plasta

tirita

bendeji

venda

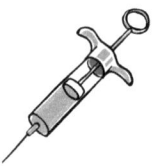

sindano

inyección

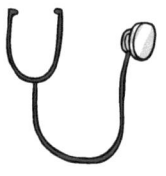

stetoskopu

estetoscopio

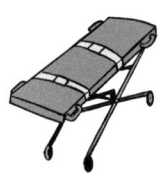

machela

camilla

kipimajoto cha kliniki

termómetro

kuzaliwa

nacimiento

unene kupita kiasi

sobrepeso

kusikia misaada

audífono

kipukusi

desinfectante

maambukizi

infección

virusi

virus

VVU / UKIMWI

VIH / SIDA

dawa

medicina

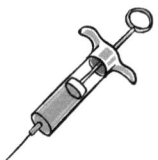

chanjo

vacunación

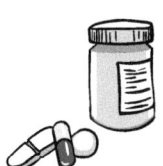

vidonge

tabletas

kidonge

pastilla

simu ya dharura

llamada de urgencia

haemodainamometa

tensiómetro

mgonjwa / mwenye afya

enfermo / sano

Msaada!

¡Socorro!

kengele

alarma

pigo

asalto

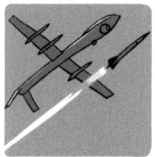

shambulizi

ataque

hatari

peligro

lango la dharura

salida de emergencia

Moto!

¡Fuego!

kizima moto

extintor de incendios

ajali

accidente

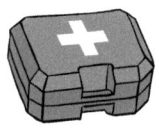

vifaa vya huduma ya
kwanza

botiquín de primeros
auxilios

wito wa msaada

SOS

polisi

policía

Ulaya

Europa

Amerika ya Kaskazini

Norteamérica

Amerika ya Kusini

Sudamérica

Afrika

África

Asia

Asia

Australia

Australia

Atlantiki

Atlántico

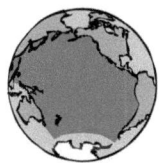

Pasifiki

Pacífico

Bahari ya Hindi

Océano Índico

Bahari ya Antaktiki

Océano Antártico

Bahari ya Aktiki

Océano Ártico

Ncha ya Kaskazini

polo norte

Ncha ya Kusini

polo sur

Antaktika

Antártida

dunia

tierra

nchi

tierra

bahari

mar

kisiwa

isla

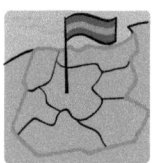

taifa

nación

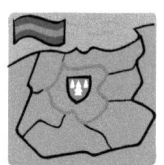

jimbo

estado

uso wa saa

esfera

akrabu ya saa

manecilla de las horas

akrabu ya dakika

minutero

akrabu ya sekunde

segundero

Ni saa ngapi?

¿Qué hora es?

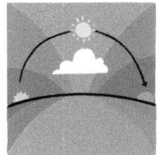

siku

día

wakati

tiempo

sasa

ahora

saa ya dijitali

reloj digital

dakika

minuto

saa

hora

Jumatatu / lunes — **MO**

Jumatano / miércoles — **W**

Ijumaa / viernes — **FR**

TU

TH

SA

Jumamosi / sábado

SO

Jumanne / martes

Alhamisi / jueves

Jumapili / domingo

TUE / **MON** — **2 1**

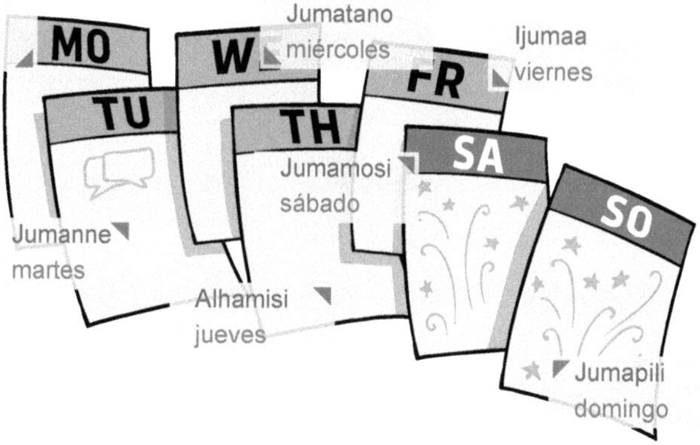

jana
ayer

TUE — **2**

leo
hoy

TUE — **3**

kesho
mañana

asubuhi
mañana

saa sita mchana
mediodía

jioni
tarde

MO	TU	WE	TH	FR	SA	SU
1	2	3	4	5	6	7
8	9	10	11	12	13	14
15	16	17	18	19	20	21
22	23	24	25	26	27	28
29	30	31	1	2	3	4

siku za biashara
días laborables

MO	TU	WE	TH	FR	SA	SU
1	2	3	4	5	6	7
8	9	10	11	12	13	14
15	16	17	18	19	20	21
22	23	24	25	26	27	28
29	30	31	1	2	3	4

mwishoni mwa wiki
fin de semana

mvua
lluvia

upinde wa mvua
arcoíris

theluji
nieve

upepo
viento

majira ya machipuko
primavera

vuli
otoño

kiangazi
verano

majira ya baridi
invierno

4.APRIL	11°	☀
5.APRIL	4°	⛅
6.APRIL	13°	⛅
7.APRIL	8°	☀
8.APRIL	10°	☀

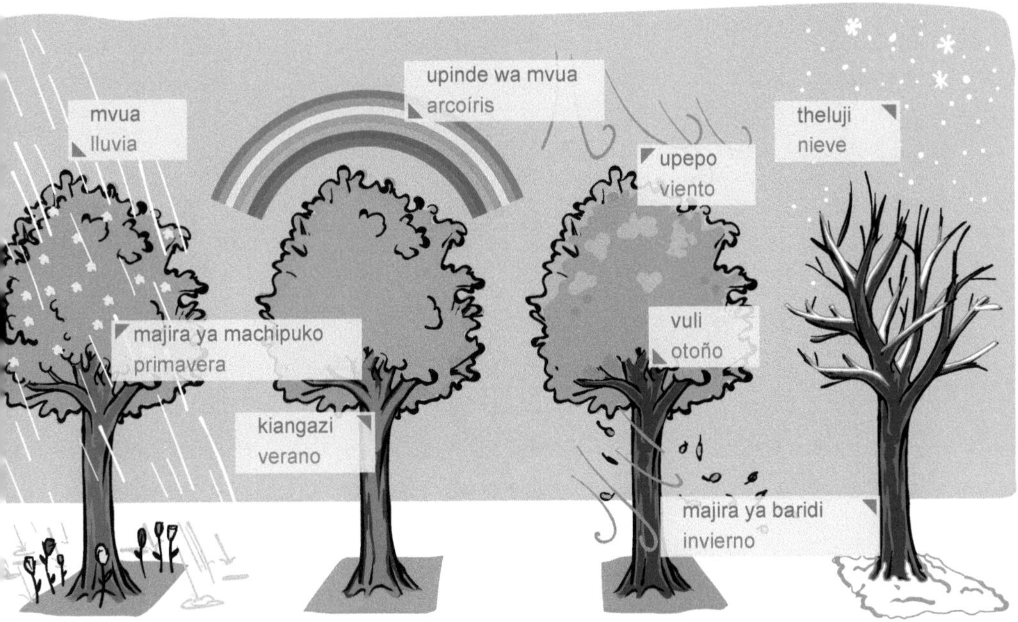

utabiri wa hali ya hewa

pronóstico del tiempo

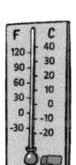

kipimajoto

termómetro

mwanga wa jua

sol

wingu

nube

ukungu

niebla

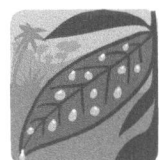

unyevu

humedad

umeme

rayo

radi

trueno

dhoruba

tormenta

mvua ya mawe

granizo

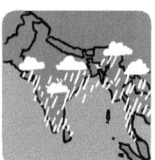

monsuni

monzón

mafuriko

inundación

barafu

hielo

Januari

enero

Februari

febrero

Machi

marzo

Aprili

abril

Mei

mayo

Juni

junio

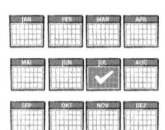

Julai

julio

Agosti

agosto

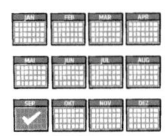

Septemba

septiembre

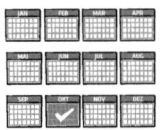

Oktoba

octubre

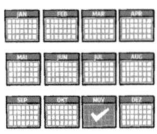

Novemba

noviembre

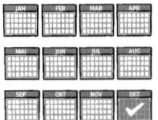

Desemba

diciembre

maumbo
formas

mduara

círculo

mraba

cuadrado

mstatili

rectángulo

pembetatu

triángulo

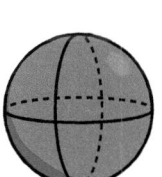

nyanja

esfera

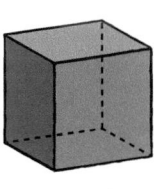

mchemraba

cubo

nyeupe

blanco

manjano

amarillo

chungwa

anaranjado

rangi ya waridi

rosa

nyekundu

rojo

hudhurungi

morado

bluu

azul

kijani

verde

hanja

marrón

jivujivu

gris

nyeusi

negro

mengi / kidogo

mucho / poco

hasira / pole

enojado / tranquilo

nzuri / mbaya

bonito / feo

mwanzo / mwisho

principio / fin

kubwa / ndogo

grande / pequeño

angavu / giza

claro / oscuro

kaka / dada

hermano / hermana

safi / chafu

limpio / sucio

kamilika / tokamilika

completo / incompleto

siku / usiku

día / noche

wafu / hai

muerto / vivo

pana / nyembamba

ancho / estrecho

kulika / kutolika

comestible / no comestible

ovu / ema

malo / amable

sisimkwa / udhika

entusiasmado / aburrido

nene / nyembamba

gordo / delgado

kwanza / mwisho

primero / último

rafiki / adui

amigo / enemigo

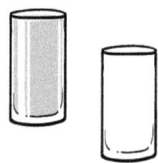

jaa / tupu

lleno / vacío

ngumu / laini

duro / blando

nzito / nyepesi

pesado / ligero

njaa / kiu

hambre / sed

mgonjwa / mwenye afya

enfermo / sano

haramu / kisheria

ilegal / legal

akili / kijinga

inteligente / tonto

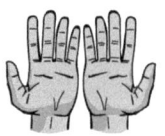

kushoto / kulia

izquierda / derecha

karibu / mbali

cerca / lejos

mpya / kutumika

nuevo / usado

kitu / jambo

nada / algo

zee / changa

viejo / joven

waka / zima

encendido / apagado

wazi / fungwa

abierto / cerrado

utulivu / kelele

silencioso / ruidoso

tajiri / masikini

rico / pobre

sahihi / kosa

correcto / incorrecto

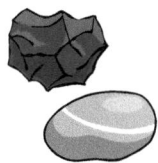

mbaya / laini

áspero / suave

huzunika / furahia

triste / contento

fupi /ndefu

corto / largo

polepole / haraka

lento / rápido

nyevu / kavu

húmedo / seco

joto / baridi

cálido / frío

vita / amani

guerra / paz

0

sufuri

cero

1

moja

uno

2

mbili

dos

3

tatu

tres

4

nne

cuatro

5

tano

cinco

6

sita

seis

7

saba

siete

8

nane

ocho

9

tisa

nueve

10

kumi

diez

11

kumi na moja

once

12

kumi na mbili

doce

13

kumi na tatu

trece

14

kumi na nne

catorce

15

kumi na tano

quince

16

kumi na sita

dieciséis

17

kumi na saba

diecisiete

18

kumi na nane

dieciocho

19

kumi na tisa

diecinueve

20

ishirini

veinte

100

mia

cien

1.000

elfu

mil

1.000.000

milioni

millón

nambari - números

Kiingereza

inglés

Kiingereza cha Marekani

inglés americano

Kimandarini cha Uchina

chino mandarín

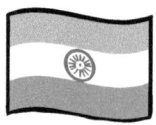

Kihindi

hindi

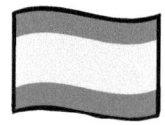

Kihispania

español

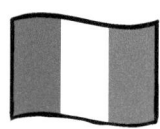

Kifaransa

francés

Kiarabu

árabe

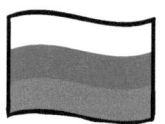

Kirusi

ruso

Kireno

portugués

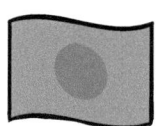

Kibengali

bengalí

Kijerumani

alemán

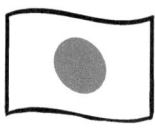

Kijapani

japonés

mimi

yo

wewe

tú

yeye / yeye / ni

él / ella / ello

sisi

nosotros/as

wewe

vosotros/as

wao

ellos/as

nani?

¿quién?

nini?

¿qué?

jinsi gani?

¿cómo?

wapi?

¿dónde?

lini?

¿cuándo?

jina

nombre

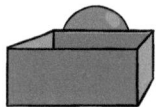

nyuma

detrás

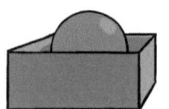

katika

en

mbele ya

delante de

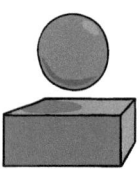

juu ya

por encima de

kwenye

sobre

chini ya

debajo de

kando

junto a

kati

entre

mahali

lugar